જાણવા લાયક

મિહિર જાગૃતિ વોરા

હું માતા પિતા, મોટા ભાઈ ભાભી અને પ્રિય ભત્રીજી
ને અર્પણ કરું છું

સામગ્રી

પ્રસ્તાવના

જાણવા લાયક પુસ્તક માં મેં વિજ્ઞાન વિષયક મારા પ્રગટ થયેલા લેખ રુદન,પ્રદૂષણ ની પ્રાણીઅનેપક્ષીઓઉપરથતી અસર,ધૂમકેતુ,મલ્ટિપલ યુનિવર્સ સિદ્ધાંત રામાયણમાં આલેખાયેલો છે રજુ કર્યા છે,આ માટે લેખકે વિવિધ સંદર્ભ સાહિત્ય નો ઉપયોગ કર્યો છે , જેની ખાસ નોંધ લેજો.

સ્વીકૃતિઓ

આ પુસ્તક માટે में વિવિધ લેખ આધારિત માહિતી વિકિપીડિયા ,લેખ ને લાગતા આવેલા વિવિધ અખબારી અહેવાલ અને જે તે લેખક ના લેખ ના સંદર્ભો નો સહારો લીધો છે તે સૌ નો હું આભાર માનું છું .

અનુક્રમણિકા

1
ભૌતિક વિજ્ઞાનનો મલ્ટિપલ યુનિવર્સ સિદ્ધાંત રામાયણમાં આલેખાયેલો છે

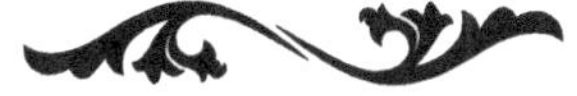

મિત્રો ઉપર શીર્ષક વાંચીને નવાઈ લાગી ને? પણ આ વાત સાચી છે અને વિજ્ઞાન તેનો પુરાવો આપે છે. આ વિવિધ સંદર્ભ અને વિવિધ અહેવાલો ને આધારે લેખ ની માં માત્ર માહિતી આપી છે જેની નોંધ લેજો એવી વિનંતી છે .

જાણીતા તત્વ જ્ઞાની લેખક દેવેશ મહેતા બહુ સારી રીતે તેનું વર્ણન કરે છે.. પરમાણુના લાખમા ભાગમાં પણ હજારો જગત સાચાં હોય તેવી રીતે જણાય છે તથા આંખના પલકારા જેટલા સમયના લાખમા ભાગમાં હજારો કલ્પ સાચા હોય એમ જણાય છે.

ઓ સ્ટ્રિયન-આઈરિશ ભૌતિક વિજ્ઞાની ઇરવિન શ્રોડિન્જરને અર્વાચીન સમયના મહાન ભૌતિક વિજ્ઞાની માનવામાં આવે છે. તેમને ૧૯૩૩માં ભૌતિક વિજ્ઞાનનું નોબલ પ્રાઈઝ અને ૧૯૩૭માં મેક્સ પ્લાન્ક મેડલ પ્રાપ્ત થયા હતા. તેમણે ક્વાન્ટમ થિયરી ક્ષેત્રે મહત્વપૂર્ણ સંશોધનો કર્યા હતા જે શ્રેડિન્જર ઈક્વેશન તરીકે વિખ્યાત છે એમાં વેવ

ફન્કશનના સિદ્ધાંતની વિશદ સમજૂતી અપાઈ છે. એમાં 'શ્રોડિન્જર્સ' કેટ ડાયલે"માં ના સિદ્ધાંતનો પણ સમાવેશ થાય છે. 'વોટ ઈઝ લાઈફ ? માઈન્ડ એન્ડ મેટર', 'એક્સ્પાન્ડિંગ યુનિવર્સ', 'ધ ઈન્ટરપ્રિટેશન ઓફ ક્વૉન્ટમ મિકેનિક્સ' નામના એમના પુસ્તકોમાં આ સિદ્ધાંતો સરસ રીતે પ્રતિપાદિત થયા છે.

ઈરવિન શ્રોડિન્જર દ્વારા પ્રસ્તુત કરાયેલ તરંગ સમીકરણોના સિદ્ધાંતને સમજાવવા 'શ્રોડિન્જિરની બિલાડી' નામે એક પ્રાયોગિક નમૂનો રજૂ કરાયેલો છે. પ્રયોગને અંતે ક્વૉન્ટમ ગણિત એવો નિષ્કર્ષ રજૂ કરે છે કે મરેલી બિલાડી અને જીવતી બિલાડી એક સરખા પ્રમાણમાં સંમિશ્રિત છે. એક જ સમયે બિલાડી જીવતી અને મરેલી એક સાથે છે અને એ બન્નેની અગણિત આવૃત્તિઓ છે. અણુનો નાશ થતાં વેવ ફન્કશન અનેક શાખાઓમાં વહેંચાઈ જાય છે. આથી જીવતી અને મરેલી બિલાડીઓની અનેકાનેક સાચી આવૃત્તિઓ સર્જાય છે. અહીં બિલાડી એક પ્રાયોગિક નમૂનો છે એની જગ્યાએ કોઈપણ પ્રાણી કે પદાર્થ સમજવો. આમ, એક જ સમયે અગણિત સંખ્યાના એક સરખાં અને એનાથી સાવ વિરુદ્ધ પ્રકારના જગતો અસ્તિત્વ ધરાવે છે. આ બધાં જગતો વાસ્તવિક અસ્તિત્વની ભૂમિકાએ સાવ સાચા હોય છે.

આ સિદ્ધાંત પરથી ઓલ્ટરનેટ ટાઈમ લાઈન્સ, ઈન્ટર પેનિટ્રેટિંગ ડાઈમેન્શન્સ, ડાઈમેન્શનલ પ્લેન્સ, ઓલ્ટરનેટ યુનિવર્સ, મલ્ટિપલ યુનિવર્સ અસ્તિત્વ ધરાવતા હોવાની થિયરી ઉદ્ભવી છે. ભૌતિક વિજ્ઞાની બ્રિસ કે ડેવિટે 'ફિઝિક્સ ટુડે' માં આની સમજૂતી આપી છે. અર્વાચીન સમયના મોટાભાગના ભૌતિકવિજ્ઞાનીઓએ આ સિદ્ધાંતને વત્તા-ઓછા અંશે સ્વીકારેલો છે. ૨૦૦૭નું નોબલ પ્રાઈઝ પ્રાપ્ત કરનારા સ્ટીવન વિનબર્ગ થકી પણ એના પર ચર્ચા થઈ છે.

અમેરિકન ન્યૂરોસાયન્ટિસ્ટ જ્હોન સી. લીલી એમના 'હ્યુમન બાયોકોમ્પ્યુટર, પુસ્તકમાં દર્શાવે છે કે આપણા ચૈતન્ય અસ્તિત્વમાં અભિજ્ઞાનબોધક અનેક-આયામી પ્રક્ષેપણ અવકાશો રહેલાં છે જેમાં અગણિત વિશ્વો એકબીજાની અંતર્ગત સમાયેલા રહે છે. એ જ રીતે અમેરિકાના અતિ વિખ્યાત મસ્તિષ્ક વિજ્ઞાની, ન્યૂરો સાયન્ટિસ્ટ કાર્લ પ્રિબરામ એમના 'લેન્વેઝિસ ઓફ ધ બ્રેઈન' પુસ્તકમાં જણાવે છે કે ચેતનાના કેન્દ્ર સમા આપણા મસ્તિષ્કમાં એકબીજાની અંદર હોય એવા

અગણિત જગતો રહેલાં છે.

અર્વાચીન વિજ્ઞાને રજૂ કરેલા આ સિદ્ધાંતો આપણા પ્રાચીન ગ્રંથોમાં ખૂબ સરસ રીતે આલેખિત થયા છે. આદિકવિ શ્રી વાલ્મીકિ મુનિપ્રણીત શ્રી યોગવાસિષ્ઠ મહારામાયણમાં ઉત્પત્તિ પ્રકરણના પંદરમાં સર્ગમાં રાજા પદ્મ અને તેમની રાણી લીલાની જીવનકથાનું અદ્ભુત નિરૂપણ થયેલું છે જેમાં ગોચર-અગોચર વિશ્વના ગહન રહસ્યો, મરણ બાદ ચાલુ રહેતી જીવન પરંપરા, આત્માની અનંત શક્તિ, ઈચ્છા શક્તિ, વિચાર-ભાવ-સંકલ્પની પ્રચંડ શક્તિ, જીવિત-મૃત વ્યક્તિની અનેક આવૃત્તિઓ, અનેક વિધ જગતોના સિદ્ધાંતો અને જીવનપ્રસંગોની બાબત વિસ્તારથી વર્ણન કરાયેલી છે.

ઉત્પત્તિ પ્રકરણના ૬૨મા સર્ગના પ્રથમ અને દ્વિતીય શ્લોકોમાં બાબત રજૂ થયેલી છે - 'પરમાણુ નિમેષાણાં લક્ષાંશકલનાસ્વપિ જગત્કલ્પ સહસ્ત્રાણિ સત્યાનીવ વિભાંત્યલમ્ ॥ પરમાણુના લાખમા ભાગમાં પણ હજારો જગત સાચાં હોય તેવી રીતે જણાય છે તથા એક નિમેષ ના લાખમા ભાગમાં હજારો કલ્પ સાચા હોય એમ જણાય છે. તે પરમાણુમાંના જગતમાં રહેલા પરમાણુમાં પણ ભ્રાંતિથી હજારો જગત જણાય છે.' એ જ રીતે ઉત્પત્તિ પ્રકરણના બીજા સર્ગના ૧૭૬મા શ્લોકમાં પણ કહેવાયું છે - આકાશના અણુ અણુમાં અસંખ્ય પ્રમાણનાં જગતો રહેલાં છે. એમની ઉત્પત્તિ, સ્થિતિ અને અંત વિશે જાણવા કોણ સમર્થ છે ?

પદ્મ રાજા અને લીલાની આખ્યાયિકા આ પ્રમાણે છે - પદ્મ રાજાની પત્ની લીલાને તેના પતિ પર ખૂબ પ્રેમ હતો. એક દિવસ તેણે વિચાર કર્યો કે શું એવો કોઈ ઉપાય છે કે જેનાથી મારા પતિને અમર બનાવી શકું ? એ સંદર્ભે તેણે દેવી સરસ્વતીની કૃપા પ્રાપ્ત કરવાનો નિર્ધાર કર્યો. તેણે ત્રણસો વર્ષ રાત્રિ પર્યંત તપશ્ચર્યા કરી. સરસ્વતી પ્રસન્ન થયાં એટલે તેણે વરદાન માંગ્યું - જો મારા પતિનું મારાથી પહેલાં મરણ થઈ જાય તો એવું કરજો કે એમની અંતર્ચેતના મહેલની બહાર ન જાય. સરસ્વતીએ એ વરદાન આપ્યું અને એવા આશિષ આપ્યા કે તે જ્યારે ઈચ્છે ત્યારે તેના પતિને તેના મરણ બાદ પણ તે જ્યાં હશે ત્યાં મળી શકશે. થોડા સમય પછી રાજા પદ્મનું મરણ થયું.

લીલાએ પદ્મનો દેહ સાચવી રાખી સરસ્વતીનું ધ્યાન કર્યું. સરસ્વતી પ્રગટ થયાં એટલે લીલાએ તેમને પૂછ્યું - 'અત્યારે મારા પતિ ક્યાં છે ? મારે તેમને મળવું છે. તે કેવા છે, શું કરે છે તે મારે જોવું છે.'

દેવી સરસ્વતીએ લીલાને કહ્યું - 'એક શુદ્ધ ચેતન પરમાત્મા રૂપ આકાશ છે, બીજું મન રૂપ ચિદાકાશ છે અને ત્રીજું આ જાણીતું, ભૌતિક રીતે દેખાતું ભૂતાકાશ છે. ભૂતાકાશ અને ચિદાકાશથી ભિન્ન જે સર્વથા શૂન્ય છે તેને તું ચિન્મય પરમાત્મા રૂપ આકાશ સમજ-તારા પતિ એ આકાશમાં જ છે.' રાણી લીલાએ નિર્વિકલ્પ્ય સમાધિ દ્વારા ચેતન આકાશમાં જઈને બીજી સૃષ્ટિમાં રાજા પદ્મને રાજ સિંહાસન પર બિરાજમાન થયેલા જોયા. ત્યાં પણ એ જ મંત્રીઓ, સામન્તો વગેરે હતા

સરસ્વતી દેવીએ તેને સમજાવ્યું - 'સર્ગે સર્ગે પૃથક્‌રૂપં સન્તિ સર્ગાન્તરાણ્યપિ । તેષ્વપ્યન્તઃ સગૌધાઃ કદલીદલ પીઠવત્ ॥ જેમ કેળના થાંભલામાં એક છોતરાની અંદર બીજુ છોતરું અને એની અંદર ત્રીજુ છોતરું એમ છોતરાઓનો સમૂહ હોય છે તેમ જગતોની અંદર પણ જગતોના સમૂહો રહેલા છે. ચૈતન્ય સર્વવ્યાપક હોવાને કારણે એક જીવ બીજા જીવના જગતમાં પણ પ્રવેશ કરે છે. એક એક જગતમાં જુદા જુદા રુપવાળા બીજા જગતો પણ છે.

'આકાશે પરમાણ્વન્તદ્રવ્યાદેક-રેણુકેડપિ ચ । જીવાણ્યર્ંત્ર તત્રેદ જગદ્ભોતિ નિજં વપુઃ ॥ જગતમાં વ્યાપ્ત ચેતનાના પ્રત્યેક પરમાણુમાં જે રીતે સ્વપ્ન લોક વિદ્યમાન છે તે રીતે જગતમાં અનંત દ્રવ્યના અનંત પરમાણુઓની અંદર અનેક પ્રકારના જીવ અને એમના જગત વિદ્યમાન છે.

પોતાના કથનની પુષ્ટિ માટે સરસ્વતી દેવીએ એક જગત બતાવ્યા પછી બીજા જગત, આ જન્મના સ્મરણ પછી બીજા જન્મોનું સ્મરણ કરાવ્યું. એ જન્મમાં, એ લોકના શરીરમાં પદ્મ વસિષ્ઠ બ્રાહ્મણ અને લીલા અરુંધતિ હતી તે બતાવ્યું. અહીં જેને તે ૭૦ વર્ષના આયુષ્યનો ગાળો સમજતી હતી તે બીજા કલ્પના ૭ વર્ષ બરાબર હતો. વસિષ્ઠ-અરુંધતિ હતાં તે વખતે રાજ સુખ ભોગવવાની ઈચ્છા થવાથી તે બન્ને પદ્મ-લીલાનું શરીર ધારણ કરી આ જન્મમાં પતિ-પત્ની બન્યાં. આમ, સરસ્વતી દેવીએ એમને અનેક લોક અને અનેક જન્મોના દર્શન

કરાવ્યાં. આમ રામાયણમાં પદોમાં જોવા મળતા તત્વજ્ઞાનને ભૌતિક વિજ્ઞાનનું સમર્થન મળે છે તેના ઉપર ભવિષ્ય માં પણ સંશોધન ની જરૂર છે .

સંદભઁ:

૧ આદિકવિ શ્રી વાલ્મીકિ મુનિપ્રણીત શ્રી યોગવાસિષ્ઠ મહારામાયણ

૨. ભૌતિક વિજ્ઞાનનો મલ્ટિપલ યુનિવર્સ સિદ્ધાંત યોગવાસિષ્ઠ મહારામાયણમાં આલેખાયેલો છે!

ગોચર-અગોચર-દેવેશ મહેતા (ગુજરાત સમાચાર)

૩ જ્હોન સી. લીલી પુસ્તક 'હ્યુમન બાયોકોમ્પ્યુટર"

૪ કાર્લ પ્રિબરામ પુસ્તક . 'લેન્વેઝિસ ઓફ ધ બ્રેઈન'

૫ આદિકવિ શ્રી વાલ્મીકિ મુનિપ્રણીત શ્રી યોગવાસિષ્ઠ મહારામાયણ

૬. બ્રિસ કે ડેવિટ પુસ્તક 'ફિઝિક્સ ટુડે'

૭ ઈરવિન શ્રોડિન્જર .પુસ્તક 'વોટ ઈઝ લાઈફ ?

૮. ઈરવિન શ્રોડિન્જર .પુસ્તક માઈન્ડ એન્ડ મેટર',

૯ ઈરવિન શ્રોડિન્જર .પુસ્તક 'એક્ષ્પાન્ડિંગ યુનિવર્સ',

૧૦. ઈરવિન શ્રોડિન્જર .પુસ્તક 'ધ ઈન્ટરપ્રિટેશન ઓફ ક્વૉન્ટમ મિકેનિક્સમાત્ર

2

રૂદન માણસજાતને લાગણી વ્યકત કરવા કુદરતે આપેલી બે અનમોલ ભેટ છે

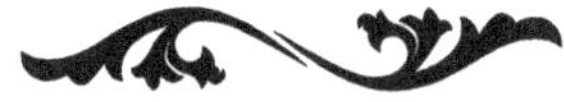

મિત્રો આજે કઇંક નવુ લખવાનુ મન થયુ એટલે માનવ આંખ નુ પાણી આંસુ વિશે મે જરુરી માહિતી પુરી પાડી છે.આ માટે વિકિપિડિયા માંથી જરુરી માહિતી લેવાનો પ્રયત્ન કર્યો છે આ માટે અન્ય અખબારો ની વિવિધ કોલમો નો પણ આધાર લીધો છે જેણે પણ રુદન વિશે વાત કરી છે તે એકદમ યોગ્ય વાત કરી છે અને દુનિયાનો એક પણ માનવી નહિ હોય જેણે રુદન વગર પોતાની જિંદગી વિતાવી હોય .રુદન તો માનવી ના સંવેદનાનું નું ઘરેણું છે અને જીવન નો આધાર છે .. આશા છે કે આપને જરુર પસંદ આવસે.

મનોવિજ્ઞાન પેટા શાખામાંથી અલગ વિજ્ઞાન બન્યું ત્યારથી માણસના વર્તન અંગે વિવિધ સંશોધનો શરૂ થયા છે,એમાંનુંએકસંશોધનએટલે'આંસુ' . હાસ્ય અને રૂદન માણસજાતને લાગણી વ્યકત કરવા કુદરતે આપેલી બે અનમોલ ભેટ છે. રૂદન તો એવું ય માધ્યમ છે કે એ હર્ષના પણ હોય અને શોકના પણ હોય! જેમ

હસતી વ્યક્તિ સુખી જ હોય એ જરૂરી નથી, એમ રડતી વ્યક્તિ દુ : ખી જ હોય એ પણ જરૂરી નથી. અત્યંત દુ : ખી માણસ રડવું રોકી શકે નહીં, એમ અતિશય ખુશખુશાલ વ્યક્તિ પણ રડી પડે છે. આવું શું કામ થાય છે? એ સવાલનો જવાબ શોધવા માટે વિજ્ઞાને સંશોધનોશરૂકર્યાછે. દુખના હોય કે આનંદના હોય, દરેક પ્રકારના આંસુ ખારાં હોય છે. બંને પ્રકારના આંસુમાં લગભગ ૯ ટકા જેટલી ખારાશ હોય છે. ખારાશ જ હોય એવું નથી. બીજા સ્વાદ પણ તેમાં હોય છે એવું વિજ્ઞાન કહે છે, પરંતુ ખારાશ આપણી જીભ તરત પારખી શકે છે એટલે આપણને આંસુ ખારા જ લાગે છે! પુરુષ કરતાં વધારે રડે છે. તેનું કારણ શારીરિક છે? કે પછી લાગણીશીલતા અતિરેક કે પછી માનવવંશા કહે છે તેમ નાકના નાના કદના લીઘે સ્ત્રીઓને રડવું વધુ આવે છે? વિજ્ઞાનીઓ આ સવાલોના જવાબ મેળવવા મથીરહ્યાછે.

વિજ્ઞાનીઓ અત્યારે બે પ્રકારના આંસુઓને અલગ પાડી શક્યા છે : એક છે 'રિફ્લેક્સ' આંસુ. ડુંગળી-ધુમાડો વગેરેથી ટપકતાં આંસુનો આ પ્રકારમાં સમાવેશ થાય છે. બીજા છે, ભાવનાત્મક આંસુ. હર્ષ-શોક વખતે આંખમાંથી નીકળતાં આંસુનો આ પ્રકારમાં સમાવેશ કરાયો છે. કદાચ વધારે પ્રકારના આંસુ હશે ખરા, પણ તેને અલગ તારવવામાં હજુ સુધી સાયન્સને સફળતા મળીનથી.મિનેસોટાના એક રસાયણવિજ્ઞાની વિલિયમ ઘણાં લાંબા સમયથી આંસુનો અભ્યાસ કરી રહ્યા છે. તેમણે શોધી કાઢયું છે કે રિફ્લેક્સના આંસુ કરતાં ભાવનાત્મક આંસુમાં પ્રોટીનનું પ્રમાણ વધારે હોય છે. એવું શા માટે થાયછે?સવાલહજુઅનુત્તરછે.ગમે તેમ પણ આંસુ માનવ અસ્તિત્ત્વનો એક મહત્ત્વનો ભાગ પરાપૂર્વથી રહ્યાં છે. રૃદન કરતા શીખવવાનું નથી હોતું, બાળક જન્મે ત્યારે પહેલી લાગણી એ રડીને વ્યક્ત કરે છે.

બધા ધમી અને સંસ્કૃતિઓની પૌરાણિક કથાઓમાં રૃદનને સ્થાન મળ્યું છે ,મહાભારતમાં દ્રોણપુત્ર અશ્વત્થામા દ્રોપદીના પાંચ સંતાનોનો વધ કરે છે ત્યારે દ્રોપદી બહુ જ લાંબો વિલાપ કરે છે. અંતે શ્રીકૃષ્ણ તેમને શાબ્દિક સધિયારો આપીને શાંત કરે છે. રામ-રાવણના યુદ્ધમાં રાવણ હણાયો પછી વિભિષણ વિલાપ કરતા આંસુ સારે છે ત્યારે ભગવાન રામ તેમને સાંત્વના આપે છે.

રામના પિતા દશરથ મૃત્યુ પામે છે એ પછી ભરત આંસુ પાડે છે ત્યારે ગુરુ વશિષ્ઠ તેને શાંત પાડતા શબ્દો ઉચ્ચારે છે, જેને માનસની ચોપાઈમાં તુલસીદાસજીએ કંઈક આ રીતે વ્યક્ત કર્યા છે : "સુનહુ ભરત ભાવિ પ્રબલ, બિલખુ કહેઉ મુનીનાથ, જીવન-મરણ, હાની-લાભ, જશ-અપજશ સબ બિધિ હાથ".'નોર્સ' પુરાણકથામાં આંસુની કથા માં ઓડિનનો પુત્ર બાલ્ડર જ્યારે મરણ પામે છે ત્યારે દેવતાઓ શરત મૂકે છે કે પૃથ્વી પરની દરેક વસ્તુ બાલ્ડર માટે શોક મનાવે, રૃદન કરે, તો જીવતો પાછો મૂકવામાં આવે! કહે છે કે પૃથ્વી પરના તમામ માનવો, જીવંત પશુ-પક્ષીઓ ઉપરાંત પથ્થરો, ધાતુઓ અને વનસ્પતિપણ રડી ઊઠ્યા હતા!

પશ્ચિમી સભ્યતામાં કેથોલિક રૃઢીચુસ્ત ચર્ચની માન્યતાઓની અસર નીચે મહદઅંશે એવો મત પ્રવર્તે છે કે લાગણીઓને કાબૂમાં રાખીને જ સમાજ પોતાના પ્રશ્નોને બુદ્ધિગમ્ય રીતે ઉકેલી શકશે. આંસુ વિરોધીઓને ત્યાં 'સ્ટોઈક' કહે છે ઈ.સ. પૂ. ૩૦૦ની આસપાસ એથેન્સમાં થઈ ગયેલા ઝીનો નામની દાર્શનિકના એ અનુયાયીઓ છે અને સુખ તથા દુ:ખને સમાન ગણી લાગણીઓ પર સંયમ રાખવામાં માનેછે.

૧૭મી સદીમાં લોક નામના એક લેખકે બાળઉછેર અંગેના પુસ્તકમાં ચેતવણી આપી છે કે બાળકોના રૃદનને ઉત્તેજન આપવું નહીં કેમ કે આવી ભાવનાઓને દબાવવાનું આપણું મુખ્ય કાર્ય છે. ડૉ. સેમ્યુઅલ જ્હોન્સન દિલગીરીને 'બિનફાયદાકારક' કહી છે.૧૭૫૦માં એક મિત્રે પોતાની માતાના મૃત્યુ વિશે લખ્યું ત્યારે તેના જવાબમાં જ્હોન્સનને લખ્યું કે 'એક વખત કુદરતી શ્રધ્ધાંજલિ અપાઈ ગઈ. પછી આંસુ તમારા કે મારા, કોઈના કામના નથી. જીવનના કાર્યો આપણને બિનજરૂરી દિલગીરીથી દૂર રહેવા સૂચવે છે. પ્રથમ વિશ્વવિગ્રહનું વખતે આંસુ વહેવડાવવાનો કોઈને સમય ન રહ્યો. ૧૯૨૦ના દાયકાના સમૃદ્ધકાળમાં આંસુની 'ફેશન' ચાલુ થઈ હતી,

ત્યાં જ જબ્બર મંદીનું મોજું અને ત્યારબાદ બીજું વિશ્વયુદ્ધ આવ્યુ.અને ફરી આંસુ સુકાઈ ગયાં. પશ્ચિમ જગત માં આંસુ સામે ભારે સૂગ હતી. પણ આંસુ વહેવડાવે તે સહન ન કરાતું. પણ ઐતિહાસિક અને સામાજિક પરિબળોએ આ વલણમાં પરિવર્તન આણ્યું અને પુરુષ

પણ પોતાની લાગણી પ્રદશત કરી શકે છે એ હકીકતનો સ્વીકાર કરવામાં આવ્યો. કેટલાક ના મતે ફરી પાછું અશ્રુવિરોધીવલણ વિશ્વમાં ઉપસતું જાય છે. રમત ગમત માં પણ હાર જીત માં ખેલાડીઓ અને ચાહકો નું ભયાનક આંસુ નું ધોડાપુર આવે છે. આમ ખુદને ઈન્સાન સાબિત કરવા માટે ક્યારેક ક્યારેક રડવું પણ જરૂરી છે,

જેથી લોકોને ખબર પડે કે તમારું દિલ પણ તૂટી શકે છે.. અમરપ્રેમનો રાજેશ ખન્નાનો પેલો ડાઈલોગ 'આઈ હેટ ટીઅર્સ પુષ્પા!' એ કયો સિનેરરિસક ભુલી શકે નહિ.બોલિવૂડની ફિલ્મોમાં ટીવી ની સીરીઅલ માં ભલભલાં અભિનેતાઓને દિગ્દર્શકો રડાવે છે અને તેને રડાવીને દર્શકોની આંખમાં આંસુ લઈ આવે છે. ભૂતકાળમાં પુરુષો રડે અને ખાસ કરીને પબ્લિકમાં, તે મરદનું કામ માનવામાં આવતું નહોતું. અલબત્ત, હવે તો આ સામાન્ય થઈ ગયું છે,.જોઈએ, આગામી વર્ષોમાં વિજ્ઞાન આંસુનો કોયડો કેટલો ઉકેલી શકે છે.

સંદર્ભૅ:શતદલ પુર્તિ ગુજરાત સમાચાર અને વિકિપિડિયા

3

પ્રદૂષણ ની પક્ષીઓ અને પ્રાણીઓ ઉપર થતી અસર

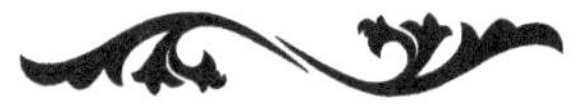

માનવી કે અન્ય પ્રાણી હોય તેના શરીરનો વિકાસ અને તેની પ્રકૃતિ નો આધાર તેના શરીરમાં રહેલ વિવિધ ગ્રંથિઓમાંથી થતા અંત:સ્ત્રાવ પર હોય છે. આજકાલ જે પ્રદૂષણ અને ભેળસેળ પર્યાવરણમાં અને ખાદ્ય પદાર્થોમાં થાય છે તે આ ગ્રંથિઓમાં વિક્ષેપ સર્જતી હોય છે અને તેના કારણે અનેક પ્રાણીઓની વર્તણૂકને નોંધપાત્ર ફેરફાર થવા પામ્યો હોય છે ,

જેના ઉપર હાલ સંશોધન ચાલુ છે . જે પર્યાવરણીય વિજ્ઞાનનો વિષય છે તેમા થતા રહેતા અભ્યાસ ઉપરથી એવું જાણવા મળે છે કે રાસાયણિક સંપર્કમાં આવતા પ્રાણીઓના વર્તનમાં ઘણો બદલાવ આવે છે. કોઈ પણ સજીવની વર્તણૂક, ખોરાક, સંવનન અને શિકારીથી છૂટવાની રીત તેમના અસ્તિત્વ માટે મૂળભૂત રૂપે હોય છે જને પ્રાણીઓ ની વર્તણૂક ટોક્સીકોલોજિ કહે છે . આ માહિતી આધારિત લેખ છે .

કેટલાક કિસ્સા ઓ માં કેટલીક માછલીઓ હાઇપર એક્ટિવ માલુમ પડી છે. કેટલાક દેડકા વધારે મૂઢ બની ગયા છે છે જ્યારે ઉંદરો નિર્ભય બની ગયા છે. 'સી-ગલ' નામનું એક દરિયાઈ પક્ષી સમતોલપણું

ગુમાવી રહ્યું હોય તેમ લાગે છે. તે ગડથોલીયુ ખાઈ જવા લાગ્યું છે. આમ પ્રાણીઓની વર્તનૂક બદલાતી માલુમ પડી છે. સમગ્ર દુનિયાના પ્રાણી અને પંખીઓ અત્યંત વિચિત્ર વર્તન કરતાં માલૂમ પડયા છે. તેનું કારણ પર્યાવરણમાં ફેલાતું પ્રદૂષણ છે.

વાતાવરણ નું બંધારણ બદલાઈ રહ્યુ છે. વાતાવરણમાં છેલ્લા પંદર હજાર વર્ષમાં જે ફેરફારો થયા નથી તે હાલ છેલ્લા સો વર્ષમાં થયા છે. પાણી પણ પ્રદૂષિત થઈ રહ્યા છે. તેમા જાત જાતના રસાયણો ઠલવાતા રહ્યા છે. ઉપરાંત અનેક વનસ્પતિ અને ખાદ્ય પદાર્થી પર જંતુનાશક અને જીવાતનાશક ચોટેલા હોય છે. આ બધા અંત:સ્રાવી વિક્ષેપ સર્જે છે.જેને કારણે પ્રાણીઓની વર્તનુક બદલાતી જોવા મળી છે. શરીરમાં રહેલી વિચિત્ર ગ્રંથિઓમાંથી જે અંત:સ્રાવો જવે છે તે શરીરના વિકાસ અને પ્રકૃતિ પર જબરદસ્ત અસર કરતાં હોય છે. અને આ અંત:સ્રાવી તંત્રને રસાયણો છિન્નભિન્ન કરી નાખે છે.

આ રસાયણો સીસા જેવી ભારે ધાતુ થી પોલીકલોરિનેટેડ બાયફિનાઈલ તેમ જ 'બિસ્ફનોલ-એ' રસાયણ માંથી આવે છે. આ રસાયણો પ્રાણીઓની વર્તનૂંકમાં ફેરફાર કરી શકે છે તેવો અભ્યાસ વૈજ્ઞાનિકો એ કરેલો છે . વૈજ્ઞાનનિકો ના સંશોધન ને આધારે સાબિત થયું છે કે પ્રદૂષણ દ્વારા પ્રાણીઓના શરીરમાં પ્રવેશતા આ રસાયણોની ઓછી માત્રા પણ પ્રાણીઓની કેટલીક પ્રજાતિઓમાં સામાજિક અને જાતીય સમાગમની ક્રિયાઓમાં બદલાવ લાવે છે. નર અને માદા વચ્ચે સંવનન ક્રિયા અને સંભોગ ક્રિયા માં વિકૃતિ સર્જાય છે અને તેની પ્રજાતિના અસ્તિત્વ સામે ખતરો ઉભો થાય છે.

શરીરમાં રસાયણોની ઊંચી માત્રા થી નર મા વીર્યસ્રાવ માં ઘટાડો થતો જાય છે તેની પ્રજોત્પત્તિ પર અસર થાય છે . સંશોધનકારોની જુદી જુદી ટીમો એ પ્રદૂષક રસાયણોની પ્રાણીઓ ઉપર થતી અસરોની સ્વતંત્ર રીતે માહિતીઓ ઉપર વિશેષ સંશોધન કરીને . અનેક પક્ષીઓ પ્રાણીઓ ઉપર રસાયણોની કેટલી ખતરનાક અસર થાય છે તેનો તલસ્પશી અભ્યાસ કર્યો છે. તેના પરિણામો બહુ ચિંતાજનક છે . વન્યસૃષ્ટિ માનવીની પ્રદૂષણ કારક પ્રવૃત્તિઓનો ભોગ બની રહી છે.જે આ તારણો દર્શાવે છે .

સફેદ બગલા જેવા પંખી એગ્રેટ જે ગંગા ચકલી નામે ઓળખે છે તેવા દરિયાકાંઠાના પક્ષી સી-ગલ, ગોકળગાય, ધોઘા અને શંબુક જેવા જીવો, તેતરની જાત ના પંખી, વર્તક કે બર્ટર. વાનર ની એક મકાક્યુઝ નામની જાત અને ઉંદરો, મીઠાપાણીની માછલી મહિનો, મચ્છરો, અન્ય માછલીઓ અંગ્રેજીમાં ફાલ્કન નામથી જાણીતા બાજ પક્ષી તેમજ દેડકાઓ પર વાતાવરણ અને પાણી દ્વારા ફેલાતા પ્રદૂષક રસાયણોની હાનિકારક અસરોનો અભ્યાસ આ વિજ્ઞાનીકો એ કર્યો છે. અને તેમની રીતભાતમાં, વૃત્તિમા,

જીવનશૈલીમાં આવેલ પરિવર્તનોનો અભ્યાસ કર્યો. આ પ્રાણીઓ અને પંખીઓ જાતીય સમાગમ કરવાની એમની રીતભાત અને વૃત્તિમાં, બચ્ચાના ઉછેર અને લાલન-પાલન કરવાની રીતમાં, માળો બાંધવાની પ્રવૃત્તિમાં , શીખવાની વૃત્તિમાંથી બચવાની રીતમાં, ચારો ચરવાની રીતમાં, સક્રિયતા અને શારીરિક તથા માનસિક સમતોલનમાં આવેલા બદલાવનો તલસ્પર્શી અભ્યાસ કર્યો અને ઉપ્રોક તારણો આપ્યા છે જે ખુબ ચિંતા જનક છે . જે નીચે પ્રમાણે તારણો છે જેમકે,

પર્યાવરણમાં સીસાનુ પ્રદૂષણ ઘણી વિપરીત અસર કરે છે. સીસાનુ પ્રદૂષણ ઓટો વાહનોમાં વપરાતા પેટ્રોલ દ્વારા ફેલાય છે. સી-ગલ નામના દરિયાકાંઠાના પક્ષીની અમુક અંતઃસ્રાવી ગ્રંથિને છિન્નભિન્ન કરી નાખે છે. દરિયાકાંઠે પોતાના પાછલા પગ પર ઉભા રહેતા જોવા મળતા આ પંખીઓ સમતોલપણું જાળવી શકતા નથી. વારંવાર પડી જાય છે. દેડકાઓ ઉપર પણ સીસાના પ્રદૂષણની અસર થાય છે. તેઓમાં શીખવાની મનોવૃત્તિ ઘટતી જાય છે.

જે વિવિધ અંતઃસ્રાવી ગ્રંથિઓ છે તેમાં એક ગ્રંથિનુ નામ 'ગોનાડ' છે. તેના સ્રાવોથી નર અને માદા યૌવન માં પ્રવેશે છે. વાનર જાતિના મકાક્યુ ની અંતઃસ્રાવી ગ્રંથિ 'ટીસીડીડી' રસાયણથી એવી અસર થાય છે કે મકાક્યુ ની રમત વધારે બરછટ અને તોફાની બની ગઈ છે .

તેવી રીતે ગોલ્ડફીશનું પર 'એટ્રાઝાઈન' નામના રસાયણની અસર થતાં તેની સક્રિયતા અત્યંત વધી જાય છે. તે હાઇપર એક્ટિવ થઈ જાય છે.

બાજ પક્ષીઓની અંતઃસ્રાવી ગ્રંથિ પર 'ડીડીટી' અને ડીડીઓના જંતુનાશકોથી ફેલાતા પ્રદૂષણની એવી અસર થાય છે કે તેને પોતાના માળાની જાળવણી રાખવાનું ભૂલાતું જાય છે.

ઉંદરોની અંતઃસ્રાવી ગ્રંથિ પર 'કૌમેસ્ટેરોલ' આ રસાયણની એવી અસર થાય છે કે તેની સામે ભય ઊભો થાય તો તે ત્વરિત પ્રતિક્રિયા આપી શકતા નથી.

એલાર્ડક નામના જંગલી બતક ની અંતઃસ્રાવી ગ્રંથિ પર 'મીથાઈલ મર્ક્યુરી' નામના રસાયણની અસર થાય છે. તેના પરિણામે જાતીય સમાગમ નો તેને સંકેત મળે તો તેનો પ્રતિભાવ ઓછો આપે છે. આવા સંકેતથી તેમને ઉત્તેજના ઓછી થાય છે.

મીઠા પાણીની માછલીઓ મીનીની અંતઃસ્રાવી ગ્રંથિઓ પર ભારે ધાતુના પ્રદૂષણ ની એવી વિપરીત અસર થાય છે કે તેની ગતિવિધિ ઘટી જાય છે. 'સ્ટારલિંગ' નામનું પક્ષી જેને 'સારીકા' કહે છે. તેને મેના પક્ષી પણ કહે છે. તે ટોળામાં વસનારું નાનુ પક્ષી છે. તેના નર પર, ડાઇક્લોટોફોસ નામ ના જીવાતનાશક ની વિપરીત અસર થતાં તેની ગાવાની, ઉડવાની અને ચારો એકત્ર કરવાની પ્રવૃત્તિઓ પર ૫૦ ટકા કાપ આવી ગયો છે.

જમીન અને પાણી તેમ બંનેમાં રહેતુ 'ન્યુટ'. આ પ્રાણી પર 'એન્ડોસલ્ફાન' નામના જીવાતનાશકની નીચી માત્રાની પણ વિપરીત અસર થાય છે. તેઓ જાતીય સમાગમ માટે ફોરમોન્સ નામના રસાયણો છોડે છે. તેની ગંધ સૂંધીને તેના જોડીદાર 'ન્યુટ' આકર્ષાય છે. પરંતુ તે સૂંધી શકવામાં એન્ડોસલ્ફાનને કારણે મુશ્કેલી અનુભવે છે.

સંશોધનકારો અભ્યાસો ના આધારે . સામાન્ય રીતે નર અને માદા એકબીજા સાથે જાતીય સમાગમ કરવા પ્રયત્ન કરે છે. પરંતુ ઘણાં નર સીગલ અન્ય નર સીગલ સાથે જાતીય સમાગમ કરવાનો પ્રયત્ન કરે છે.આ નર સીગલ એવા ઈંડા માંથી સેવાયા હતા કે જેના પર ડીડીટી નામના જંતુનાશક દવાની અસર થઇ હતી. આમ નર સીગલની જાતીય વર્તનુક જ બદલાઈ ગયેલી માલૂમ પડી હતી.

આવા તો અનેક અભ્યાસો ના આધારે વિવિધ પ્રાણીઓ અને પક્ષીઓ ઉપર વિવિધ રાસાયણિક પ્રદૂષણ ને કારણે થતી અસરો થી તેમના વર્તનમાં થતા ફેરફારોનો અભ્યાસ થતો રહે છે.અંતઃસ્રાવી ને

છિન્નભિન્ન કરતા આ રસાયણો પ્રાણીઓ અને પંખીઓની રીતભાત વૃદ્ધિ અને જીવનશૈલીમાં ઘણો બદલાવ આવી ગયો છે રસાયણોની હાનિકારક અસર એક ચેતવણી છે .અને જે રીતે બદલાવ આવી રહ્યા છે તે તેમની વસતીમાં ધરખમ ઘટાડાને સૂચવે છે. વન્ય જીવસૃષ્ટિ માટે આ ખતરો છે. વન્ય પ્રાણીઓમાં આક્રમકતાનો અતિરેક જોવા મળે કે તેમની રીતભાત અને વૃત્તિ ઠંડી પડતી જોવા મળે તો સમજવું કે આ એક ચિંતન નો વિષય છે .હજી આમાં અનેક સંશોધન ચાલુ છે અને આ એક સતત ચાલતી પ્રક્રિયા છે.

સંદર્ભ :

1. વન્યજીવન વર્તન પર પ્રદૂષણની અસરો ડિસ્કવરી-ડો. વિહારી છાયા(ગુજરાત સમાચાર શતદલ ૧૬ મે ૨૦૨૧)

2. વિકિપીડિયા ,

3.પ્રદૂષણ ની આડ અસરો ના વિવિધ અખબારી અહેવાલો

૪ Effects of industrial air pollution on wildlifeAuthor links open overlay panel James R.NewmanBiological ConservationVolume 15, Issue 3, April 1979, Pages 181-190

૫ Environmental pollution and its impact on domestic animals and wild life D Swarup , R.C. PatraThe Indian journal of animal sciences February 200575(2):231-240

4
ધૂમકેતુઓ વિશે અવનવી માન્યતાઓ

<u>પ્રાસ્તવિક :</u>

ધૂમકેતુઓ પુરાતનકાળથી દેખાતા આવ્યા છે. તેમના વિશે અવનવી . માન્યતાઓ પણ પ્રચલિત થયેલી છે. ઇ.સ. પૂર્વે ૩૮૪-૩૨૨માં એરિસ્ટોટલે. ના મતે પૃથ્વીમાંથી જે -ગરમ હવા-વાતાવરણમાં ઊંચે ચડે છે, તે પ્રકાશિત થાય છે અને તેને આપણે ધૂમકેતુ તરીકે ઓળખીએ છીએ. ઈ.સ.પૂર્વે ૩૮૪-૩૨૨માં એરિસ્ટોટલે સ્થાપિત કરેલી માન્યતામાં છેક સોળમી સદી સુધી યુરોપના લોકો માનતા હતા. તેમના માટે ધૂમકેતુ પૃથ્વીના વાતાવરણમાં બનતી ઘટના છે. જ્યારે ખરેખર તે એક ખગોળીય ઘટના છે. આ માહિતી આધારિત લેખ છે જેની નોંધ લેવા વિનંતી છે.

<u>વિવિધ માન્યતાઓ :</u>

ચીનના ખગોળશાસ્ત્રીઓ અને ભારતના ખગોળશાસ્ત્રીઓ તો પ્રાચીન કાળથી ખગોળની ઘટનામા માનતા આવ્યા છે. મહાભારત કાળમાં થયેલ ઋષિઓએ તો ધૂમકેતુઓ નિયત સમયના અંતરે ફરી ફરી દેખાય છે તેવું તારણ પણ કાઢેલુ. ઈસુના જન્મ પહેલા હજારો વર્ષ પહેલા બેબિલોનની સંસ્કૃતિ વિકાસ પામી હતી અને પછી લુપ્ત થઈ હતી. તેમણે પણ ઈ.સ. પૂર્વે ૧૬૩ -૮૬ ના ગાળામાં ધૂમકેતુ

દેખાયાનો ઉલ્લેખ છે. આ ધૂમકેતુ હેલીનો ધૂમકેતુ હતો જે દર ૭૬ વર્ષે દેખાય છે. છેલ્લે તે ૧૯૮૬માં દેખાયો હતો. ઇ.સ. પૂર્વે ૫૨૬માં જૈનોના ૨૪મા તીર્થંકર ભગવાન મહાવીર સ્વામી નિર્વાણ પામ્યા ત્યારે ધૂમકેતુ દેખાયો હતો. તે પણ હેલીનો ધૂમકેતુ હતો. ઇ.સ. પૂર્વે ૫૨૬થી માંડી જ ઇ.સ.૧૯૮૬ સુધીમાં દર ૭૬ વર્ષે તે દેખાતો રહ્યો છે. અને તે દરમિયાન ૩૪ વખત દેખાયો છે

<u>ધૂમકેતુ ની સમજ :</u>

ધૂમકેતુ સૂર્યની ગ્રહમાળાના સભ્યો છે. તે ગ્રહમાળા સાથે જ જન્મ્યાં છે. લગભગ સાડા ચાર અબજ વર્ષો પહેલા તે જન્મ્યા છે. સૂર્યની ગ્રહમાળામા આઠ ગ્રહો છે. આ ઉપરાંત ગ્રહમાળાના સભ્યોમાં લઘુગ્રહો છે. તેને અંગ્રેજીમાં 'એસ્ટરોઇડ' કહે છે. મંગળ અને ગુરુના ગ્રહો વચ્ચે અનેક નાના-મોટા લઘુગ્રહોનો પટ્ટો છે. આ લઘુ ગ્રહો સૂર્ય ફરતે પ્રદક્ષિણા કરી રહ્યા છે.

સૂર્યની ગ્રહમાળાના ગ્રહ નેપ્ચ્યૂનને પેલે પાર એક 'કુપીયરનો પટ્ટો' પણ આવેલો છે. આ વિશાળ પટ્ટો સૂર્ય ફરતે મોટા વર્તુળાકાર રૂપે વીંટળાયેલો છે. તેમાં ૧૦૦ કિલોમીટરથી ૫૦૦ કિલોમિટર પહોળાઈના અનેક ઠંડા બર્ફીલા ખડકો આવેલા છે. પ્લુટો આ કુપીયરના પટ્ટાનો પદાર્થ છે. પ્લુટોને ૨૦૦૬ સુધી નવમો ગ્રહ ગણવામાં આવતો હતો.

<u>'ઓપીક-ઉર્ટનું' વાદળ:</u>

સૂર્યની ગ્રહમાળાના સીમાડે એક વાદળ આવેલું છે. તે પણ સૂર્ય ફરતે ગોળાકાર વીંટળાયેલુ છે. તે સૂર્યથી લગભગ ૫૦ હજાર કે વધારે ખગોળીય એકમ દૂર છે. સૂર્યથી પૃથ્વીના સરેરાશ અંતરને એક ખગોળીય એકમ કહે છે. આમ તે સૂર્યથી પૃથ્વીના સરેરાશ અંતર કરતા ૫૦ હજાર ગણું દૂર છે. તેને 'ઓપીક-ઉર્ટનું' વાદળ કહે છે. તે ધૂમકેતુઓનું ઘર છે. તેઓ સૂર્યથી દૂર ફેકાયેલા ગંદા બરફના ગોળાઓ છે. એક મત પ્રમાણે ઓપીક-ઉર્ટના વાદળમાં એક સો અબજ ધૂમકેતુઓ વસી રહ્યા છે. આમ તો બધા શાંતિથી ધીમી ગતિએ સૂર્યની પ્રદક્ષિણા કરી રહ્યા છે. પરંતુ તેમની શાંતિમાં કેટલાક લાખો વર્ષે ભંગ થાય છે. કેટલાક ધૂમકેતુઓ તેમાંથી ફેકાય છે. તે પૈકી કેટલાક સૂર્ય તરફ ગતિ કરવા લાગે છે. તેઓ અત્યંત ધીમી ગતિ કરતા હોય છે.

સૂર્યની સમીપે પહોંચતા તેમને લાખો વર્ષ લાગે છે. 'કોહુટેક' નામનો ધૂમકેતુ જે ૧૯૭૩ મા શોધાયો, તેણે પોતાનું પ્રયાણ ૨૦-૨૫ લાખ વર્ષો પહેલા શરૂ કર્યું હશે.

ખગોળ રસિયાઓ દર વર્ષે ૧૨ થી ૧૫ ધૂમકેતુઓ અવલોકન કરે છે તેમાં અડધા ધૂમકેતુઓ પહેલીવાર દેખાતા હોય છે. તે જેની નજરે ચડે તે ખગોળશાસ્ત્રી તેની સાથે પોતાનું નામ જોડી દેતા હોય છે. અલબત્ત તેજસ્વી અને લાંબી પૂંછડીવાળો નરી આંખે દેખાતો ધૂમકેતુ તો દસથી બાર વર્ષે એક જ વખત જોવા મળે છે. વિજ્ઞાનીઓ ધૂમકેતુ શોધતા જાય છે અને તેની સૂચિ બનાવતા જાય છે. આજે આવી સૂચિમાં ૭૦૦થી વધારે ધૂમકેતુઓ છે.

<u>ધૂમકેતુ નું કેન્દ્ર :</u>

દરેક ધૂમકેતુ નું કેન્દ્ર બરફનું બનેલું હોય છે. દરેક ધૂમકેતુના કેન્દ્ર જુદાં જુદાં કદનાં એક મીટરથી માંડી હજારો કિલોમીટરના વ્યાસના હોય છે. ધૂમકેતુ સૂર્ય નજીકથી પસાર થાય ત્યારે પોતાનું થોડું દળ ગુમાવે છે. કાળક્રમે ધૂમકેતુ બધું જ દળ ગુમાવી તૂટી પડે છે. ધૂમકેતુના કેન્દ્રમાં રહેલો બરફ થીંજેલું પાણી નહી પણ જામેલા મિથેન, એમોનિયા અને કાર્બન ડાયોક્સાઈડ વાયુઓ છે. તેમાં રજકણો અને અન્ય અવકાશી ધન કણો પણ હોય છે.ધૂમકેતુ પર પડતા પ્રકાશના કિરણોમાંથી ૯૬ ટકા કિરણોનું શોષણ થાય છે. બાકીના ૪ ટકા કિરણોનું પરાવર્તન કરે છે. ધૂમકેતુ ખૂબજ ઝડપથી ગતિ કરે છે ત્યારે તેના કેન્દ્રની આસપાસના ધૂળ વગેરેના રજકણો પાછળની તરફ ફંગોળાઈને પૂંછડી જેવો આકાર બને છે તેથી તેને પૂંછડિયા તારા પણ કહે છે.સૂર્યમાળામાં ૩૦૦૦ જેટલા ધૂમકેતુઓ ફરી રહ્યા છે.

<u>ધૂમકેતુ ના પ્રકાર :</u> આ ધૂમકેતુ સૂર્યની કક્ષામાં પ્રદક્ષિણા કરતા હોય છે. ગણિતિક રીતે કક્ષા વર્તુળાકાર, દીર્ઘ વર્તુળાકાર, અતિ દીર્ઘવર્તુળાકાર, પરવલયાકાર અને અતિવલયાકાર હોય શકે. છેલ્લા પ્રકારની કક્ષામાં પ્રદક્ષિણા કરતો કોઈ ધૂમકેતુ હોય તો તે એક વખત દેખાયા પછી એટલે કે સૂર્યની નજીક આવ્યા પછી પરત આવતો નથી. વર્તુળાકાર કક્ષામાં પ્રદક્ષિણા કરતા ધૂમકેતુઓનો પ્રદક્ષિણા કાળ એટલે કે એક પ્રદક્ષિણા પૂરી કરવાનો સમય ઘણો ઓછો થતો હોય છે. તેઓ પૈકી કેટલા વહેલા-મોડા સૂર્યમાં નાશ થઇ જાય છે. કેટલાક વળી

ગુરુના ગ્રહ અથવા શનિ ગ્રહના ગુરુત્વથી ખેંચાઈને તેના પર પડે છે. ગુરુના ગ્રહને ધૂમકેતુનું કબ્રસ્તાન જ ગણવામાં આવે છે.

ધૂમકેતુઓનુંવગીકરણ:

ધૂમકેતુઓનું વગીકરણ તેના પ્રદક્ષિણા કાળ પરથી થાય છે. જે ધૂમકેતુનો પ્રદક્ષિણા કાળ ૨૦૦ વર્ષથી વધારે છે તે મોટા પ્રદક્ષિણા કાળ વાળા ગણાય છે. જેનો પ્રદક્ષિણા કાળ ૨૦૦ વર્ષથી ઓછો અને ૨૦ વર્ષથી વધારે છે તે મધ્યમ પ્રદક્ષિણા કાળવાળા ધૂમકેતુ ગણાય છે. જ્યારે ૨૦ વર્ષથી ઓછ પ્રદક્ષિણા કાળવાળા ધૂમકેતુ નાના પ્રદક્ષિણા કાળ વાળા ગણાય છે.

૧૮૭૩માં દેખાયેલ ધૂમકેતુ મોટા પ્રદક્ષિણા કાળ ધરાવતો ધૂમકેતુ છે. મોટા પ્રદક્ષિણા કાળવાળા ૭૦૦માંથી ૫૫૦ ધૂમકેતુઓ છે. પંદર જેટલા ધૂમકેતુઓનો પ્રદક્ષિણા કાળ મધ્યમ છે. જે પૈકી હેલીનો ધૂમકેતુ એક છે.

ધૂમકેતુ આમ તો ગંદા બરફનો ગોળો હોય છે. સૂર્યથી જ્યારે ખૂબ દૂર હોય છે ત્યારે તે આછા પ્રકાશિત ધાબા જેવો દેખાય છે. પરંતુ તે સૂર્યની નજીક આવે છે તેમ તેની પૂંછડી આકાર લે છે. તેથી તેને પુછડીયો તારો પણ કહે છે. અંગ્રેજીમાં તેને 'કોમેટ' કહે છે.

ધૂમકેતુનામુખ્યઅંગો :

ધૂમકેતુના ત્રણ મુખ્ય અંગો છે. એક અનિયમિત આકારના કેન્દ્ર ભાગ છે. તેને નાભી અર્થાત ન્યુક્લિયસ કહે છે. તેની ફરતે ગોળાકાર કોમા હોય છે તેને મુકુટ કહેવાય છે. સૂર્યની નજીક આવે ત્યારે તે ઝળહળે છે. ત્યારે તેનો વિસ્તાર ૧૦૦૦૦૦ કિલોમીટર જેટલો થાય છે. ત્રીજું અંગ ધૂમકેતુની વાયરૂપી પૂછડી છે. ૧૯૧૦માં હેલીનો જે ધૂમકેતુ દેખાયો હતો તેની પૂંછડી દોઢ કરોડ કિલોમીટરથી વધુ લાંબી હતી. આપણી પૃથ્વી એ પૂંછડીમાંથી પસાર થઈ હતી. પરંતુ તેમાંના વિવિધ અણુ એટલા તો છુટા છવાયા હતા કે આપણને તેની ખબર પણ પડી ન હતી. સૂર્યથી ધૂમકેતુ દૂર થાય ત્યારે તેની પૂંછડી અને મુકુટ વિલય પામે છે અને ધૂમકેતુનું દ્રવ્ય ઘટે છે.

કોમેટબર્નાર્ડિનેલી-બર્નસ્ટેઈન ધૂમકેતુ:

ઓક્ટોબર ૨૦, ૨૦૧૪ની વહેલી સવારના કલાકોમાં, ચિલીના રણમાં યુનિવર્સિટી ઓફ વોશિંગ્ટનના પોસ્ટડોક્ટરલ સંશોધક પેડ્રો

બર્નાડિનેલી અને યુનિવર્સિટી ઓફ પેન્સિલવેનિયા ખાતે તેમના તત્કાલિન સલાહકાર ગેરી બર્નસ્ટીને એક ટેલિસ્કોપની નજર આવકાશ તરફ ફેરવીને દક્ષિણની રાત્રિના આકાશનું એક વિશાળ ચિત્ર મેળવ્યુ. જો કે, સંશોધકોને આ ચિત્રમાં પ્રકાશના એક વિચિત્ર બિંદુને એક વિશાળ ધૂમકેતુ તરીકે ઓળખવામાં લગભગ સાત વર્ષ લાગ્યા . તેને એ લોકોએ કોમેટ બર્નાડિનેલી-બર્ન્સટેઈન નામ આપ્યુ.

અંદાજ મૂજબ માનવ ઇતિહાસનો આ સૌથી મોટો ધૂમકેતુ - આશરે ૮૦ -૯૦ માઈલની પહોળાઈ ધરાવે છે, જે લગભગ, અમેરિકાના રોહ્ડ આઈલેન્ડની પહોળાઈ કરતાં બમણો છે. તે સૂર્યમંડળની ધારથી ૨૨,૦૦૦ માઈલ પ્રતિ કલાકની ઝડપે આપણી તરફ આવી રહ્યો છે અને આપણને એ ૨૦૩૧માં દેખાશે. અત્યારે તે ઓપીક ઉર્ટના વાદળમાંથી પસાર થઇ રહ્યો છે. તે આટલો દૂર હોવા છતાં અત્યંત તેજસ્વી અને સક્રિય છે.

તેનુ ન્યુક્લિયસ (નાભિ) લગભગ ૮૩-૯૩ માઇલ (૧૫૦ કિલોમીટર) પહોળુ છે. ખગોળશાસ્ત્રીઓ દ્વારા આ ધૂમકેતુમાં જોવામાં આવેલુ ન્યુક્લિયસ સૌથી મોટુ છે. ખગોળશાસ્ત્રીઓ પેડ્રો બર્નાડીનેલી અને ગેરી બર્નસ્ટેઇન દ્વારા શોધાયેલ હોવાથી તેને કોમેટ બર્નાડિનેલી-બર્ન્સટેઈન પણ કહેવાય છે.

ભવિષ્ય માં દેખનાર ધૂમકેતુ:

ખગોળશાસ્ત્રીઓએ જાન્યુઆરી ૨૦૨૨માં નાસાના હબલ સ્પેસ ટેલિસ્કોપનો ઉપયોગ કરીને તેના ન્યુક્લિયસનું કદ નક્કી કર્યું છે. તે વખતે તે સૌથી મોટો ધૂમકેતુ હોવાની શંકા હકીકત બની. તેનું ન્યુક્લિયસ મોટાભાગના જાણીતા ધૂમકેતુઓ કરતાં લગભગ ૫૦ ગણું મોટું છે. તેનું દળ ૫૦૦ ટ્રિલિયન ટન હોવાનો અંદાજ છે જે સામાન્ય ધૂમકેતુના દર કરતાં લગભગ એક લાખ ગણું વધારે છે. ધૂમકેતુ:આવી રહ્યો છે પરંતુ નરી આંખે જોઈ શકાય તેટલો નજીક નથી. જ્યારે ૨૦૩૧માં પૃથ્વીની સૌથી નજીક હશે તે વખતે આ ધૂમકેતુ સૂર્યથી ૧૧ ખગોળીય એકમના અંતરે હશે એટલે કે તે પૃથ્વીથી શનિ કરતાં પણ સહેજ દૂર રહેશે. તેને જોવા માટે શક્તિશાળી ટેલિસ્કોપની જરૂર પડશે.

સંદર્ભ : (1) ધૂમકેતુઓ આવે છે ક્યાંથી? : ધૂમકેતુ પૃથ્વીના વાતાવરણમાં બનતી ઘટના છે - ડિસ્કવરી :

ડો. વિહારી છાયા ગુજરાત સમાચાર શતદલ 11/05/22 page no 8

(2)   https://www.meteorologiaenred.com/gu/cometa-halley.html

(3) https://gu.wikipedia.org/wiki

www.ingramcontent.com/pod-product-compliance
Lightning Source LLC
Chambersburg PA
CBHW071314130726
47997CB00007B/2555